அன்பின் தேடல்

பதிப்பகம்

Anbin thedal

Edited by Santhiya. L

Copyright ©

Santhiya. L - POETRY WORLD ORG 2021

ISBN (Paperback) - **9789390724963**

First Edition : 2021

Book Design by POETRY WORLD

அன்பின் தேடல்

தலைமை தொகுப்பாளர்

பார்கவி சிவபிரகாஷ்

தொகுப்பாளர்

லோ.சந்தியா

அன்பின் தேடல்

அனைத்து உயிரினங்களின் அடிப்படைத் தேவை அன்பு. எத்தகைய செல்வங்கள் கொண்டபோதிலும் தூய மனதில் தோன்றும் அன்புக்கு அது ஈடாகாது. காலங்கள் கடந்த பின்பும் நிலைத்திருப்பது அன்பு மட்டுமே! கோபம், சண்டை, வெறுப்பு என எத்தகைய பிரச்சனைகளையும், அன்பு என்ற மூன்று எழுத்தில் முடிவுக்கு கொண்டு வரலாம். அனைத்து விதமான அன்பையும் ஒன்றாகத் திரட்டி பாசமும், நேசமும் கொண்டு எழுதிய அன்பின் பாதை இது. வாருங்கள் அன்பைத் தேடி பயணிப்போம்.

தலைமை தொகுப்பாளர்

இவள் திருமதி.பார்கவி சிவபிரகாஷ், மஞ்சள் மாநகரமான ஈரோட்டை சேர்ந்தவள். இவள் புனைப்பெயர் "கவியின் கவிதை". கணிதவியல் முதுகலை பட்டம் முடித்தவள். இன்று தன் கனவுகளை முழு மனதோடு ஆர்வமாய் பின் தொடர்கிறாள்.

தனது இன்ஸ்டாகிராம் பக்கத்தில் (*@kaviyinkavithai*) ஏறத்தாழ 2500க்கும் மேற்பட்ட குறுங்கவிதைகள், நீள்கவிதைகள் பல புனைந்துள்ளார். *Spectrum of thoughts*ல் இணை எழுத்தாளராகவும், தன் முதல் கவிதை திரட்டான *"Enticement of fondness/*காதலின் தாகங்கள்*"* தொகுத்துள்ளார். இப்பொழுது *Poetry World Organisation*ல் தலைமை தொகுப்பாளராய் பல கவிதை திரட்டினை வழங்கி வருகிறார்.

அவளின் தேடல்

எங்கோ மனம்
தேடுகிறது உனை
நீ நான் தேடும்
தூரத்தில் இல்லை
என்பதை எண்ணாது...

எங்கோ உன்
குரலுக்காய்
ஏங்குகிறேன்,
நான் அழைத்தாலும்
நீ கண்டுணர
போவதில்லை
என்பதறிந்தும்...

ஏனோ உன் கரம்
தேடி மருகுகிறேன்
எனக்குள்ளே நான்,
இனி என்றும் அவை
இயலாதென புரிந்தும்...

ஆயினும் உன்னுடனான
நாட்களின் நீ எனக்கென
வழங்கிய நினைவுகளும்,
எனக்கென பரிசளித்த
கண்ணீருமே துணை
நிற்கிறது நானும் வாழ....

- கவியின் கவிதை

தொகுப்பாளர்

லோ. சந்தியா தற்போது கோவை மாவட்டத்தில் உள்ள பாரதியார் பல்கலைக்கழகத்தில் முதுகலை பயன்பாட்டு கணிதவியல் இறுதி ஆண்டு படித்து வருகிறார். இவர் திருவண்ணாமலை மாவட்டத்தில் உள்ள தண்டராம்பட்டு என்ற ஊரில் வசித்து வருகிறார். இவர் தற்போது "சந்தியா பவுனு" என்ற புனைப்பெயரில் கவிதை எழுதி வருகிறார். கவிதைகள் எழுதுவதிலும் மற்றும் படிப்பதிலும் ஆர்வம் கொண்டவர். இவர் எழுத்தாயுதம் போன்ற மின் வார இதழ்களில் கவிதைகள் மற்றும் சிறுகதைகள் எழுதி வருகிறார்.

Instagram id --- santhiya_pavunu6699

என் தேடல் நீயடி

இதயம் உள்ள வரை என் காதல் நீயடி,

வானம் உள்ள வரை என் வெண்ணிலவு
நீயடி,

மழைத்துரல் உள்ள வரை என் வானவில்
நீயடி,

தென்றல் உள்ள வரை என் உயிர்மூச்சு
நீயடி,

பகல் உள்ள வரை என் நிழல் நீயடி,

வாழ்க்கை உள்ள வரை என் தேடல் நீயடி,

வாழும் காலம் எல்லாம் உன்னுடன்தானடி,

உரிமை கொள்வதெல்லாம் உன்மேல்தானடி,

உயிர் வாழ்வதே உன் நினைவால்தானடி,

உயிர் உள்ள வரை அதை மறவேனடி...

- லோ. சந்தியா

பொருளடக்கம்

அகிலம் யாவும் அன்பு

அருவி கொட்டும் மேலிருந்து
உலக ஜீவன் யாவும் அன்பிலிருந்து....
பறவை பறக்கும் எல்லைகள் கடந்து பிறரை
நேசித்தால் மனிதம் பூக்கும் மண்ணிலிருந்து.
அன்னம் பசி ஆற்றுமே ஆசைகள்
பல வண்ணங்களைத் தீட்டுமே....
ஆனந்தம் வாழ்நாளைக் கூட்டுமே
அதில் அன்பு பேரின்பத்தைச் சேர்க்குமே.
பிரிந்த பின்பு தான் அன்பின் உருவம்
உணருமே அதில் வரும்
கண்ணீரின் ஆழம் உன்னைத் தேடுமே....
என் கால்கள் உன் திசை நோக்கி நகருமே
உன் அகத்தைக் கண்டு என் மதி மயங்குமே.
துப்பாக்கி தோட்டாக்களைத் தாங்குமா
பிஞ்சு விரல்கள் விடுதலை வழிகாட்டுமா
அமைதியின் நிறங்கள்....
ஆயுதம் இன்றி இணையும் அன்பு கரங்கள்
அகிலமெல்லாம் வாழும் புன்னகை முகங்கள்.

M.S.DineshKumar

அழகையாக்கி கொள்வாயா?

அழகினை வர்ணிக்க காதல் கொள்வரின்

மத்தியில் என் ஆன்மாவை

காதல் செய்தவன் என்னவன் ..

அழகிய உலகில் தனக்கென

ஓர் அரண்மனை அமைத்து,

தடுமாற்றம் இல்லா உலகில்

வாழ்ந்து வந்தோம்..

ஆயிரம் ஆசைகளை

அலைமோத விட்டவள்..

அரை மணி நேரம் பேசாவிடில்,

என் கைபேசிக்கே அடிமையாகிவிடுவேன்..

அடுத்த நொடி எங்ஙனம் பேசுவேன்

என ஏக்கத்தோடு அலைந்து

திரிந்த காலம் போய்,

என்று உன்னோடு உரையாடுவேன்

என் உதிரம் அனைத்தும்

கண்ணீராய் சிந்துகிறது..

சிரிப்பை மறந்து போன

என் இதழ்கள் இரண்டும்

இன்று விலைப்பேசுகிறது,

"நான் கோபம் கொண்டேனா?,

அல்லது நீயா? என்று,

பரந்து விரிந்த சோலையில்

எனக்கு மட்டும் சோகம் தானோ என்னவோ,

வார்த்தைகளை மற்றவருக்கு விவரிக்க

வழி இருக்கிறதா எனத்

தேட எனக்கு நேரம் இல்லை,

உன்நினைவின் மேல் என்

கவனம் அனைத்தும் உள்ளதால்

இந்த வலி அனைத்திற்கும் வழி

உன் விழியின் ஓர் பார்வையே..

உன்னைப் பார்க்க,

உன்னோடு சேர,

உன்னோடு உரையாட ஆசைக்கொள்ளும்

அகதி நான்..

அடம் கொள்ளாமல் அடிமையாக்கி கொள்வாயா?

Reena

அம்மா

நீ அதிகமா படிச்சதில்லை,

உன்னப் போல பாசம் யாரும் வச்சதில்லை,

உனக்கு கஷ்டம் குறையவில்லை,

கண்ணீர துடைக்கவும் நாதியில்லை,

மாத்த ரெண்டு துணியில்லை,

புதுசு வாங்கத்தானே பணமில்லை,

உக்காந்து சாப்புட நேரமில்லை,

உனக்குன்னு ஒன்னும் சேத்துவச்சதில்லை,

இந்த பெரிய பூமியிலே உனக்கு நிகர் யாருமில்லை,

கடவுளப் பாத்தாலும் எனக்கு கும்பிட தோனவில்லை,

நீ என் பக்கத்துல இருந்தா அந்த கடவுளும்

தேவையில்லை.

ரெ. கோபிநாத்

அவளின் அன்பு

சின்னச் சின்னக் கனவுகளுடன்,

எல்லை அற்ற அன்புடன்,

காலமெல்லாம் கடக்கும் வரை,

மீண்டும் மீண்டும் அன்பு கொண்டு,

தடைகளைத் தகர்த்து,

உனக்காக நான் காத்திருப்பதும்,

எனக்காக நீ காத்திருப்பதும்,

நம் வாழ்வை அழகாக்கும்.

எத்தனைச் செல்வங்கள் நான் கொண்ட போதிலும்,

மனம் ஏனோ?

உன் அன்பையே தேடிச் செல்கிறது!

உன் புன்னகையில்

என் வாழ்வைக் காண்கிறேன்!

உன் அன்பில்

நான் என்னையேத் தொலைக்கிறேன்!

கவிதா

அளவில்லா அன்பு

தாய் மகன்மீது கொண்டது

அளவில்லா அன்பு!

தந்தை மகள்மீது கொண்டது

அளவில்லா அன்பு!

கமலம் கதிரவன்மீது கொண்டது

அளவில்லா அன்பு!

மயில் கார்மேகம்மீது கொண்டது

அளவில்லா அன்பு!

பயிர் மாரிமீது கொண்டது

அளவில்லா அன்பு!

எறும்பு இனிப்பின்மீது கொண்டது

அளவில்லா அன்பு!

ஆண் முறுக்குமீசை மீது கொண்டது

அளவில்லா அன்பு!

அகிலத்தில் அனைத்துமே

அளவில்லா அன்புதான்!

முகவை ப.சிவபிரகதீஷ்

அன்பால் இணைவோம்

அன்பென்ற ஒரு வார்த்தை
அகிலம் எங்கும் இருக்கிறதே!
ஏனென்று சொல்ல வார்த்தை இல்லை
என்னிடத்தில் அன்பென்று காணும்
ஒவ்வொரு இடமும் ஆனந்தம்
கொள்ளும் எண்ணற்ற வாக்கியங்கள்
பேசி மகிழ்ந்தாலும்,
அன்புள்ள ஒரு வார்த்தை இவ்வகிலத்தையும்
இணைக்குமே! கண் காணும் இடமெல்லாம்,
அன்புள்ள உறவுகள் இணைந்தால் மகிழ்ச்சி
பொங்குமே! எண்ணி எண்ணிப் பேச வார்த்தை
இல்லை என்னிடத்தில் அன்பு என்ற
ஒரு சொல்லே அகிலம் எங்கும் இனிக்குமே!

கோட்டீஸ்வரன் வே

அன்பில் இயற்கை

சிந்தியத் தேன்கள்
　　ஏற்ற வண்டுகள்.
காற்றின் கீதங்கள்
　　நடனத்தில் மரக்கிளைகள்.
விழுந்த சருக்குகள்
　　விடாமல் பிடித்த நிலங்கள்.
தனிமையில் கரைகள்
　　தலைகாமிக்க வரும் அலைகள்.
வழியின்றி ஒதுங்கிய காடுகள்
　　பாதை ஆக்கியதோ பாதங்கள்.
மனிதருக்கு மட்டுமா அன்புகள்?
　　அசையாமல் ஆழ்ந்து பாருங்கள்
தினமும் பரிமாறும் பாசங்கள்
　　இயற்கையின் அன்புகள்.

பொன்.கலையரசன்

அன்பில் சில

அன்பின்வகை பலவுண்டு!

ஆனந்தம் மிகும் அதைக்கண்டு!

இனிமையானது குழந்தையின் அன்பு!

ஈன்ற தாயின் பிள்ளை அன்பு!

உள்ளம் குளிரும் உறவின் அன்பு!

ஊரெங்கும் மக்களின் அன்பு!

எங்கும் விளங்கும் மொழியின் அன்பு!

ஏட்டைப் படித்தால் கல்வியின் அன்பு!

ஐயம் போக்கும் தந்தையின் அன்பு!

ஒற்றுமைக் கண்டால் தேசத்தின் அன்பு!

ஓவியம் படைப்பது ஓவியரின் அன்பு!

ஒளவைச் சொன்ன அறத்தின் அன்பு!

அஃதே எனது அகத்தின் அன்பு!

SK. Sathish

அன்பின் அடிப்படை

அன்பு என்பது எந்த ஒரு வேற்றுமைப்பாடும் இன்றி

அனைத்து இன்பத், துன்பங்களில்,

தன்னை ஈடுபடுத்தி,

அனைவருக்கும் சரிசமமாக

அன்பை வெளிப்படுத்துவதே

உண்மையான அன்பு.

இதில் பணத்தையும், ஜாதியையும்,

மதத்தையும் பார்ப்பவர்

மனிதம் உள்ள மனிதர்களாக

இருக்கவே தகுதி அற்றவர்கள்.

வி.சஸ்வின்

அன்பின் ஆழ்ந்த விளக்கம்

அளவாய் அளந்து குடுக்க அமிர்தமாய்

நெஞ்சோரம் இனிக்கும்,

ஆழி பெருங்கடலை சிந்தி வளர்க்க

ஆழ கால விஷமாய் கழுத்தை நெருக்கும்,

கண்ணீர் துடைத்து அடைக்கலம் குடுக்கும்,

கைகளை இறுக்கி கவலையில் ஆழ்த்தும்,

இனம்புரிய முகம் அறிய இந்த அன்பு,

ஒரு மனம் உடைக்க மாறு மனமும்

தருகின்ற காளை இனமா,

பாலைவனமாய் அழகின் உருவாய்

திகழும் பசு இனமா,

மாயையில் மூழ்கி மயக்கத்தில் புரியாமல் நிற்கும்,

இப்பித்தனுக்கு பதில் கூறாய் வையகமே!...

Thanasilen mageidran

அன்பின் ஆளுமை

அடி மண் முதல்

ஆகாயம் வரை

இந்த உலகம் இயங்குவது

ஈரம் நிறைந்த அன்பில் தான்!

உண்மையைச் சொன்னாலும்

ஊமையாக நின்றாலும்

எதார்த்தம் என்னவோ அதுதான்!

ஏன் என்றால்

ஐவகை நிலங்களைத் தழுவியதும்,

ஒரு வகையான அன்பில் தான்

ஓடி விளையாடும் பண்பில் தான்!

ஔதாரியத்தில் பிறந்த

புல்லின் நுனியிலும் பூவின் நறுமணத்திலும்

காட்சியாகவும் கானலாகவும் கலந்து,

காலத்தை ஆள்வது அன்பு தான்...!!

பிரசாந்த்

அன்பின் ஏக்கம்

பாசம் என்னும் கடலுக்குள்

மூழ்கிப்போனேன் படகாய்

வந்த உறவுகள் எல்லாம்

என்னை மீட்க வந்ததோ?

என்றெண்ணி ஆனந்தமாய்

நீந்த தொடங்கினேன் ஆனால்

அவை எல்லாம் கரை சேரவே துடித்தது

அதை அறிந்து ஏமாற்றம் அடைந்தேன்

மேலும் அக்கடலின் ஆழம் சென்றேன்

மீண்டும் ஒரு முறை என்னை மீட்க

அவள் வருவாள் என்ற நம்பிக்கையில்

அன்பின் தேடல் தொடரும்.....

 க.காஞ்சனா

அன்பின் கருவறை

என் உயிரென உன்னை நினைக்கிறேன்...

விழியின் இமையென இருக்க விழைகிறேன்...

என் சொல்லின் பொருளென உன்னை உணர்கிறேன்...

விழிகளும் சுமையாகிறது!

உன்னை காணாமல் வாடும் பொழுது...

அவ்விழிகளே சுகமாகிறது.

உன்னைப் பாராமல் வாழும் பொழுது...

காதலின் காரணத்தை அறியேன்?

மரணம் நிகழ்ந்தாலும் மறவேன்!

சி.ஜீவஜோதி

அகிலத்தின் காதல் களைகள்

தன் சாதிக்குள் காதல் என்றால் ஏற்கும் சமூகம்,

வேற்றுச் சாதி என்றால்,

எட்டி உதைக்கிறது.

மாற்றான் வயலில் வளர்வதால்

மல்லிகை (காதல்) தான்,

மணம் வீச மறந்துபோகுமா?

இல்லை தன்னுடையது என்பதற்காக

மலம் (சாதி)

மணம் வீசிச் செல்லுமா?

இனத்தில் அல்ல இதயத்தில்

வளர்வது காதல்.

இது என்று புரியுமோ?

இனவாத இடாகினிகளுக்கு.

அன்பே இறைவனென்றால்

அவன் பெயராலேயே

ஏன் பிரிக்கவேண்டும் காதலை?

மதத்தில் அல்ல

மனிதத்தில் விளைவது காதல்,

இது என்றைக்கு மண்டையில் ஏறுமோ?

மதவெறிப் பிடித்த மடையர்களுக்கு.

களைகளைத் தீண்டி வளரட்டும் பயிர்கள்!

தடைகளைத் தாண்டி வாழட்டும் காதல் உயிர்கள்.

விக்டர் ராஜ்

அன்பின் சிறப்பு

அகிலம் போற்றும் சிறப்பைப் பெறுவதற்கு

அறத்திற்கு அனுகூலமாய் விளங்குவது

அன்பு ஒன்றே...

அதீத கோபம் உடையவரையும்

தன் பால் உணர்ந்திடச் செய்வதும்

அன்பு ஒன்றே..

அன்பைப் பெறுவதற்கென ஆர்வம் வேண்டும்,

அதனை அகிலத்திற்கு தருவதற்கான பண்பு வேண்டும்...

உள்ளகத்தின் அன்பை அடையாளம்

தெரியும் வண்ணம் உடையவரிடம் அல்லாது

எளியவரிடமும் தருதலும் ,பெறுதலும்

தன்னகத்தே பேரின்பத்தைத் தரும்...!

Dhayalan.G

அன்பின் தேடல்

பிறப்பும் இறப்பும் ஒருநொடியே!

இன்பமும் துன்பமும் சில நிமிடங்களே....!

ஓர் அறிவு முதல் ஐந்தறிவு கொண்ட

உயிரினங்கள் யாவும் அன்பைத் தேடி

அலைகையில் ஆறறிவு கொண்ட

பகுத்தறிவு படைத்த உயிரினம் மட்டும்

அன்பை மறந்து....

மனிதநேயத்தை தொலைத்து....

எதைத் தேடி அலைகிறதோ?

 க.திவ்யயபாரதி

அன்பின் பிறப்பிடம்

தன்னிகரில்லா பாசமும்
தங்கத்தின் பொழிவுடை நேசத்தின் முகமும்
தனித்துவமான அன்பின் வாசமும்
தந்தையின் வடிவம் அல்லவோ...?

அன்பின் உறைவிடமும்
அக்கறையின் திருவுருவமும்
அரவணைப்பின் மறுவுருவமும்
அன்னையின் குணம் அன்றோ...?

மாறாத அன்பும்
மறையாத பாசமும்
பிரிவிணையில்லாத நேசமும் உடைய
பெற்றோரின் அரவணைப்பிற்கு
நிகரும் உண்டோ...?

Preetha Lakshmi B

அன்பின் போராட்டம்

இந்த உலகில் உள்ள அனைத்தையும்

எதிர்த்து ஒரு பெண்ணாக போராடி,

வெற்றிக் காணும் நான் ஏனோ!

எத்தனை போராட்டம் நடத்தியும்

உன் அன்பில் இருந்து மட்டுமே

மீள முடியாமல்

ஒவ்வொரு நிமிடங்களும் நான்

ஏனோ தோற்றுக் கொண்டு தான் இருக்கிறேன்...

K. Soundarya

அன்பின் வடிவம்

அன்பென்ற சொல்லும் அடங்கும் இவளிடத்தில்..

   அகிலமும் நில்லாமல் இயங்குது இவள் கையில்...

பெற்றெடுத்தக் கையோடு ஓய்ந்துவிடாமல் பேரெடுக்கும்

   பிள்ளையாய் மாற்றிடுவாள்....

பசியென்று குழந்தை சொல்லிவிட்டால் - தன்

   பங்கினையும் எடுத்து கொடுத்திடுவாள்...

நோய் நொடி என்று படுத்துவிட்டால் நேரம் காணாது

   கண் விழித்திடுவாள்...

தோல்வி என்று துவண்டுவிட்டால்

   மார்போடு அள்ளி அணைத்திடுவாள்....

வெற்றிக் கோப்பை பெற்றுவிட்டால்

   முத்தமழை பொழிந்திடுவாள்...

தாய் என்ற வடிவில் முன்னிருக்கும் தெய்வமிவள்....

   சில இன்பத் துன்பங்களில்

இறைவன் கூட நம்மை மறந்திருக்கலாம்..

   ஆனால் அன்னை என்ற தெய்வம்

மறந்ததும் இல்லை மறைந்ததும் இல்லை....

புவனா

அன்பின் வண்ணங்கள்

அன்பு பிரசவித்த உலகம்

தாய்க்கு பிறக்கும் குழந்தை

மனதில் தோன்றும் காதல்

ஞானத்தின் முதல் பாடம்

ஆழ்கடலைவிட ஆழமான உன்னதம்

வானம் அளவிடமுடியா உணர்வு

சத்தியம் வென்ற தர்மம்

மனிதன் காணும் மனிதம்

கடவுள் கொண்ட உள்ளம்

மாற்றம் கொண்ட உலகத்தின்

மாற்றமற்ற உண்மை அன்பு.

                                அன்பு தோழி கீர்த்தனா

அன்பின் வெளிப்பாடுகள்

அன்னையிடம் ஆசையாய்

தந்தையிடம் செல்லமாய்

அண்ணனிடம் அதிகாரமாய்

தம்பி தங்கையிடம் தாயாய்

சகோதரியிடம் சீண்டலாய்

நண்பனிடம் உரிமையாய்

தோழியிடம் துள்ளலாய்

பெரியோரிடம் பண்பாய்

பிணியுற்றோரிடம் பிரியமாய்

கணவனிடம் காதலாய்

இல்லாளிடம் இனிமையாய்

வெளிப்படுத்தப்படும் அன்பானது,

வடிவம் பல கொண்டாலும்

அதன் தன்மை மாறாததன்றோ!

 கு.மதனா

அன்பு அழகானத் துணை

வாழ்வின் பாதையிலே அன்பு

வழித்துணையாய் தேவைப்படும் ஒளி..!

அளவாக தெரிந்தால் பாதை

அழகாய்த் தெரியும்..!

ஆழமாய்ப் போனால் வழி

அடுத்த நொடி மறையும்..!

அனுபவப் பட்ட பின்னே

மனமதை அறியும்..!

கண்களென்னும் திரை மூடியபின்னே

காட்சியென ஒளிரும்..!

கடைசி நிமிடம் உணர்ந்த

நொடி கண்ணீராய் கரையும்..!

மணிகண்டன்

அன்பு - ஓர் ஆண் மகனின் புரிதலில்

ஈன்றெடுத்த தாய் தன் வலி மறந்து

என் அழுகைக் கேட்டு மகிழ்ந்தாள்..

அந்த நொடியில் இருந்து அவள் காட்டிய

அன்பு கடல் போல் முடிவற்றது..

மாற்றான் தண்டிக்கும் முன்

தானே என்னை அடித்து விட்டு..

இரவில் விழிநீர் வடிய விழித்திருக்கும்

என் தகப்பன் அன்பு..

மினுமினுக்கும் விண்மீன்கள் போல் கணக்கற்றது..

புகுந்த வீடு செல்லும் நிமிடம்

என்னை நோக்கும் என் தங்கையின் கண்ணில்..

நான் காணும் அன்பிற்கு எல்லையில்லை..

உறவுகளின் தலையாய்த் தோன்றும்

என் தோழனின் அன்பை.. ஏனோ இன்று வரை

அளவிடத் தோன்றவில்லை...

SRK (சா.இராமகிருஷ்ணன்)

அன்பு

இறைவன் தந்த வேள்வி இது

இரும்பு இதயத்தைத் திறக்கும் சாவி

இது கடையில் கேட்டாலும் கிடைக்காது

களவாட நினைத்தாலும் நடக்காது

பேராசைக் கொண்ட பித்தர்கள் வாழ்வில்

கொடுக்க மறந்த கொடையும் அது

அன்பு மகிழ்ச்சியின் பிறப்பிடம்

சிரிப்பின் சிறப்பிடம்

வாழவேண்டிய வசிப்பிடம்

தேடி அலையும் புகழிடம்

எட்டிப் பிடிப்பது இலக்கு

கட்டி அணைப்பது அன்பு

இலக்கும்,அன்பும் இணைந்தால்

வாழ்வில் இல்லை கவலை

ஒன்று இன்றி போனால்

வாழ்வு சிதறிய நீர்த்திவலை.

அ. சக்திவேல்

அன்புச்சுவை

சிரித்த இதழ்களுடன் தாய் தந்தது

பயம் அறிந்த பேதையாய் நான் இருக்க,

அன்பே ஜெயம் என்றுரைத்தவள்

கடும் மழையில் பொழியும்

மண்வாசம்போல

கண்ணுக்கு இமையாய் காலம்

அளித்த பரிசாய், பலவாசம்

சேர்த்த மாலையாய், நெடுங்காலம் தொடரும்

உறவாய் அன்பை அழகாய்

போதித்தவள் , முதலும் முற்றிலுமாய்

தொடரும் தொடர்கதையாய் எங்கும்

அன்புச்சுவை!

தமிழ் பிரியா

அன்பும் மயங்கும் அன்னையிடத்தில்

புன்னகையின் மயக்கம்

விரல்கள் தீண்டலின் மயக்கம்

பாத மென்மையின் மயக்கம்

புரியாமல் பார்க்கும் பார்வையின் மயக்கம்

மொழி இல்லா வார்த்தையின் மயக்கம்

யாருக்கும் புரியாத மயக்கம்

அம்மாவுக்கு மட்டுமே புரிந்த

குழந்தையின் அன்பு மயக்கம்...

அபர்ணா சு

அன்புள்ள அன்பே

கூட்டு குடும்பங்கள் தனி குடும்பங்களானது

கிராமங்கள் நகரங்களானது

நேரடி அறிமுகம் முகநூல் பழக்கமானது

கடிதங்கள் கைபேசியானது

கடின உழைப்பு புத்திக் கூர்மையானது

பாரம்பரியம் பழமையானது

தனிமை பெருமையானது

மனிதனின் உலகம் சிறியதானது

ஆனால்

அன்பு ஒன்றே பேரன்பானது.

M.Moganapriya

இறுதித் தருவாயிலும் தாய்மையின் அன்பு...

மனதில் தீராத வலியுடனும்...

விழிகளில் வற்றாத கண்ணீருடனும்...

வயிற்றில் ஆறாத பசியுடனும்...

தன் நுதலில் வழியும் வேர்வையையும் துடைக்க

மறந்து நிற்கிறாள் அவள்...

தாம் அளவாய்ப் பெற்றெடுத்து

தெவிட்டத் தெவிட்டக் குறையாத பாசத்தினை

அள்ளிக் கொடுத்து வளர்த்த தம் மகவாய் தம்மை

எதிர்கால பாரமென நினைத்து நடுரோட்டில்

விட்டுச்சென்ற தமது அவல நிலையை எண்ணி

மனம் புழுங்கி நிற்கிறாள் அவள்...

இருந்தும் வேண்டுகோள் வைக்கிறாள்

அந்த பரமனிடம் தம் மகவாய்க்காய்...

தம்மை போல் தம் இரத்தத்தினையும்

நிற்க வைத்து விடாதே...

தாங்க மாட்டான் என் அருமைச்செல்வம் என.

Abinaya

உலகத்தின் அன்பு

ஆழ்கடல் ஆழம் அது அன்னை அன்பு

ஆள வைத்து அழகு பார்ப்பது அப்பா அன்பு

தடைகள் தாண்ட உதவுவது தமையன் அன்பு

தன்னையே சுற்றி வருவது தம்பி அன்பு

அன்பு அதிகாரம் அதுவே அக்கா அன்பு

சீராட்டுவது சின்ன தங்கை அன்பு

தோள் கொடுக்க விரைவது தோழமை அன்பு

ஏக்கங்கள் ஏமாற்றங்கள் அன்பிலும் உண்டு

அன்பின் கண்ணீரில் இருவகை உண்டு

ஆனந்தத்தை அனுபவித்து அவலங்களைத் தவிர்த்து

அழகாய் வாழ்ந்து வந்தால் இனிமையாகும்

அன்பு வாழ்வே!

மு. சந்தியா

உலகின்   தேடல்

குழந்தையின் தேடல் தாயிடம்...

தாய்மையின் தேடல் தாயுமானவனிடம்...

ஆணின் தேடல் காதலிடம்...

காதலின் தேடல் பெண்ணிடம்...

பெண்மையின் தேடல் மென்மையிடம்...

தம்பதியின் தேடல் குழந்தையிடம்...

உறவின் தேடல் உடன்பிறப்பிடம்...

உண்மையின் தேடல் நட்பிடம்...

பெற்றோரின் தேடல் பிள்ளையிடம்...

முதுமையின் தேடல் அமைதியிடம்...

அமைதியின் தேடல் ஆன்மீகத்திடம்...

உயிரின் தேடல் உடலிடம்...

உலகின் தேடலே அன்பிடம்...

அன்பின் தேடலில் உலகமே...

தினா பார்த்திபன்

எது அன்பு

உணர்ச்சிகளைப் பெறுவதில்லை அன்பு

உணர்ச்சிகளைத் தருவது தான் அன்பு

உணர்ச்சிகளைப் பெறுவதற்கு ஏங்குவதும் அன்பே!

உயிர் பறிக்கும் ஆயுதங்களை விளையாட்டு சாமானாய்

நீ ஈன்ற குழந்தை போல

தோள்பட்டையின் மேல் சுமந்தாயடா! அது அன்பு

எல்லையில் நின்று எம்முயிர் காக்க

உன் உயிரைக் கொடுக்க துணிந்தாயே! அது அன்பு

மனித மொழி தெரியாமல்

மௌனத்தின் மொழி அறிந்தாயே! அதுதான் அன்பு

ஐந்தறிவு மிருகங்கள் கொஞ்சி விளையாடுமே!

அதன் புரிதல் அன்பு

இரு ஐந்து திங்கள் முகமறியாது கனவுகளோடு

வயிற்றில் சுமந்தாயே! அது அன்பு

ஈன்ற பின்னும் பாசத்தோடு வளர்த்தாயே! அது அன்பு

உணர்ச்சி என்னும் பாதாளத்தில் குதித்து

கானல் வழியாக காதலை வான் வழியில் வந்து

மாரியாய் நிலத்தில் விழுவதும் அன்பு!

கற்பனை கவிஞன்

என் மனதில் அவள்

விண்ணிலிருந்த வெண்ணிலவு மண்ணில்
விழுந்து பெண்ணானதே
கண் சிமிட்டும் விண்மீன்கள் இரங்கி
அவள் கண்ணானதே.
அந்தக் கண்கள் என்னைப் பார்க்கும் போது
என் மனம் புண்ணானதே.
இந்த நிகழ்ச்சிகள் எல்லாம் நான் சொல்ல,
நீ கேட்க அது கவிதையாய் ஆனதே.
ஏனெனில், அந்த கவிதைக்குரிய பெண்ணே நீ தானே..

விக்னேஷ் விதுன்

என்னவரின் அன்பு

அன்னையின் அன்பில்
என்றும் சேயாய் உணர்ந்தேன்
தந்தையின் அன்பில்
இளவரசியாய் உணர்ந்தேன்
தங்கையின் அன்பில்
என்னுள் தாய்மை உணர்ந்தேன்
என்னவனே ... எனக்கான
உந்தன் அன்பில்
என்னுள் உன்னை உணர்ந்தேன்
அலைகடலின் ஆழம் குன்றியது
என்மீதான உந்தன் அன்பின்
ஆழம் கண்டு...
முடிவுள்ள என் புவி வாழ்வில்
உந்தன் அன்பு மட்டுமே என்றும்
முடிவில்லா முடிவிலியாய்.......

தனா நந்தன்

ஒருதலைக் காதலின் அன்பு

என்னை ஈர்க்கின்றாய்
எதனால் எனக்கே தெரியவில்லை
உன்னைப் பார்த்தாலோ
நடுக்கம் ஏனெனப் புரியவில்லை
உண்மை நான் சொன்னால்
இழப்பது இங்கு உனைத்தானோ?
வலிதான் என்றாலும் உன்
அருகில் இருப்பது சுகம்தானோ?
நான் காற்றாய் மாறியே
உன் மூச்சில் கலக்கிறேன்
சிறு பறவைப் போலவே
சிறகடித்துப் பறக்கிறேன்.

Vignesh S

ஒரு வினாவின் விடை

அன்பே உன்னை நினைக்க

ஆரம்பித்த நாள் எதுவோ?

விடைத் தெரியாமல் விழி பிதுங்கி நிற்கிறேன்.

உன்னை எண்ணி எண்ணி,

உன் அன்பு என்ற கூண்டில்,

ஆயுள் கைதியாக அடைப்பட்டு உள்ளேன்.

உன்னைக் காணாத நேரங்களில்,

உன் நினைவு அலைகளில் நீந்திக் கொண்டு,

கரை சேருவதற்கு முயற்சிக்கிறேன்.

ஆனால் கரைகளும் கரைகிறது.

எனது ஏக்கத்தை எண்ணி,

உன்னை எண்ணி எண்ணி விழி பிதுங்கி,

உன்னை நினைக்க ஆரம்பித்த நாள் எது?

நீயே கூறுவாய்!

Sakthi Bharathi

கவிதையின் காதலன்

என் அன்பு காதலியே

நான் படித்த நூலகத்தில் என்னை ஈர்த்த புத்தகம் நீ

உன்னை என் பக்கத்தில் நிறைக்க ஓயாமல்

உழைக்கும் சொற்கள்

கவிதை படிக்க புத்தகத்தைத் திறந்தேன்

பெண்ணே உன்னால் கிறுக்கல்களும் கவிதை ஆனது

கண்களில் காதலை கூற முனைந்தேன்

விழி திறந்து என்னைக் குருடாக்கினாய்

வன்முறைக்கு புதிய அர்த்தமாய்

உன் பார்வை தீண்டாத காயங்கள்,

உன் சொற்கள் தீண்டியதால் அடக்குமுறைக்கு

புதிய அர்த்தமாய்,

உன் அன்பு செவியில் உன் குரல்,

மனதில் உன் நிழல் என்னுள்,

நீ வந்த மாயம் மாற்று வழி கேட்டேன்,

என் மன வலிக்கு மனதிற்கு வழி காட்டி

மார்பில் சாய்ந்தாள் என் வழி, உன் வலியானது

என் வழியை துறந்தேன் உன் வலியை போக்க.

உன் புற முகத்தில் என் முழு முகம் நிலவை

மறைக்கும் சூரியன், நிலவிடம் மறைந்தது

அன்று இயற்கையை மாற்றிய இலக்கணம்!

Jayaprakash J

கனவுக் கவிதை

சுரத்தில் நின்று சுற்றி பார்த்தேனடி,

அங்கு சுற்றிலும் உன் முகம்தானடி,

கத்தும் குயில் ஓசை என் செவியினை மகிழ்விக்கும்,

உன்னை மணம் முடிக்கும் நினைவுகளோ?

என் உள்ளத்தை மகிழ்விக்கும்.

மாலை மாற்றும் நேரம் வரை,

என்னால் காத்திருக்கலாகாதடி!

என் கனவில் உன் முகம் காட்டி,

காலை வந்ததும் சொல்லி விடுகிறேன்,

திருமணம் நாளை.

என் கனவை விட்டுச் செல்லாதடி!

என்றும் உன் நினைவுடன்!

c. முத்து

கனவுலக காதலா

நீங்கா நீ.....!!!!!

ஏதோ சில

உரையாடல்கள்....

எங்கேயோ செவி

சாய்த்த ஓலங்கள்....

வெள்ளி ஓடையில் வீசப்பட்ட

காதல் கானங்கள்....

பூப்பூத்த நேரமெல்லாம்

உன்னோடு, கைக்கோர்த்த

அந்திமாலை ஊர்கோலங்கள்....

ஏகாந்தமெல்லாம்

உன் சுவாசக்கூட்டில்

பகிர்ந்துபோன நேர நீடிப்புகளோ,

வெட்குனிந்து உதட்டோர ரேகையில் கலந்தே

சங்கமித்து காதலிக்கிறது.....

என் கனவுலக காதலா....?

சந்தியா

குருட்டுப்பறவை

கண்ணே! உன் சிறுகுஞ்சுகளின்

அழுகை குரலிது

மாநிறத் தோளும்

மாறா இளமையும்

முத்தத்திற்கு முள்வேலி

உன் முறுக்கிய

மீசையும் கரடுமுரடு

உடலும் கபடமற்ற

உள்ளமும் என்னைப்

பிரிந்து காற்றோடு

காற்றாக நினைவுகள்

கனவாக நிலவேது

என்வாழ்வில் கேள்வியற்ற

பதிலை குருட்டுப் பறவையாக

தேடித் திரியும் ....

பா.பரதன்

தற்கொலை

தற்கொலை செய்திகள் தலைத்தூக்கும்போது

மக்களின் தீர்வுகள் ஏராளம்.....

வாய்மூடக் கிடந்தோரும் வாக்கியம் பேச

ஊடக அதிர்வுகள் தாராளம்.....

பணத்தையும் பகட்டையையும் பதவிப் பொருளையும்

தீர்வென சொல்வோர் ஆயிரம்.....

வீரன் என்றும் கோழை என்றும்

விவாதம் செய்வோர் ஆயிரம்.....

எத்தனை எத்தனைத் தீர்வுகள் கண்டும்

இத்தொடர்கதை தீராத காரணம் யாதோ?.....

அருகினில் அமர்ந்து கைகளைப் பற்றி

ஆறுதல் கூற ஒருநிழல் இருந்தால்

இன்னல்கள் கூட இல்லாது போகும்

வாழ்ந்திட சொல்லி உள்மனம் தூண்டும்.....

ஆயின், பணமும் பகட்டும் இவ்விடம் தாழ்வு.....

அன்பு ஒன்றே இதன் ஒற்றைத் தீர்வு.....

Subhasri

தாயன்பு

தொப்புள் கொடி உறவின் மூலம்

என்னுள் மலர்ந்த நீ...

நான் தவறு செய்யும் போது கோபமாகவும்!

நான் குறும்பு செய்யும் போது கொஞ்சலாகவும்!

நான் வெற்றி அடையும் போது பெருமையாகவும்!

நான் தொல்லை செய்யும் போது பொறுமையாகவும்!

நான் துன்புற்று அழும் போது துணையாகவும்!

உள்ள அன்னைக்கும் பிள்ளைக்கும்

பாலமாய் நிற்பவள் நீயே! அன்பு!!!

Jayashri

தாயின் பேரன்பு

பார்த்து வருவது காதல் அன்பு
பழகி வருவது நட்பு அன்பு,
கேட்டு வருவது அறியாத அன்பு
பேசி வருவது அறிந்த அன்பு,
ஆனால் என் முகத்தை கூட
பார்க்காது வந்தது தான்
என் தாயின் அன்பு!! என் பேரன்பு.....

Ivin Austan

தாய் அன்பு

குழந்தையை ஈன்ற தாய்,

முதலில் தன் கணவனைப் பார்க்க ஆசைபடுவாள்,

தன் முதல் குழந்தையிடம்

ஈன்ற பிள்ளையை கொடுத்து

அழகு பார்க்கும் தாய்,

கண்ணீரோடு அரவனைக்கும்

போது தான் தெரியும்,

பெற்றவள் வலியை விட

தகப்பனுக்கு வலி அதிகம்

என்று உணர்பவளே தாய் அன்பு.

நாமக்கல் செந்தில்...

தித்தித்தேன்

வள்ளுவன் தொடங்கி வாலி வரை...

காதலைப் பாடாத கவிஞன் இல்லை!

உடம்பில் உதிரம் போல...

கவியின் காதல்மொழிதான் அன்பு!

என்னதான் வார்த்தைக்குள் உன்னை

அடைத்துவிட்டாதாய் எண்ணி சிரித்தாலும்...

மர்மமாய் மனதின் ஆழத்தில் ஆட்சிசெய்யும்

மாதுவாய் ஆகி சிலிர்க்கிறாய்! நீ!

உன்னில் உருக உருக....

நீ உவமையின் உயிராகிறாய்!

தோண்டத்தோண்ட சுரக்கும் நீராய் மட்டுமில்லாமல்

அமிர்தமாகி அகிலத்தை ஆட்சிசெய்யும் அரசியாகிறாய்!

உன் தேடலில் தொலைந்துபோக எண்ணும்

கவிக்காதலி நான்!

தித்திக்குதே உன்னால் என் மொழியும் தமிழும்...

கவிஞர். சங்கீதா நாகு

தேடல்

சிலர் எதிர்ப்பார்கின்றனர்

சிலர் கொடுக்கின்றனர்

சிலர் பெற்றுக் கொள்கின்றனர்

சிலருக்கு தெரிவதில்லை

இன்னும் பலருக்கோ புரிவதேயில்லை

சிலரோ தேடிக்கொண்டு இருக்கின்றனர்

இன்னும் சிலர் தேடிக்களைத்துவிட்டனர்

தேடிக்கிடைப்பதில்லை என்றறிந்தும் அதன்

தேடல் முடிவதில்லை ஆம்

அன்பின் தேடலது...

தொடர்ந்து கொண்டே இருக்கும்...

Vaishnavi-S

தேடும் அன்பு வினோதம் கண்ணாடிக்குள்

காலம் கடந்த உன்னை

காலம் கடக்க எண்ணும் பேரன்

தேடும் அன்பு...

இருவளைய மூக்கு கண்ணாடிக்குள் உன்

அன்பு பார்வை

அறிவியல் லென்சு சிறைக்குள் அடக்கி என்மீது

பார்வையிடாதது ஏன்?

கண்ணாடி சட்டகத்தினுள் உன் புகைப்படம்

காண்கிறேன்

அறியாமை எனும் கண்ணாடி பூட்டி...

Pravin K

தேடுவது ஏனோ

அன்பு என்ற ஒற்றை வார்த்தை

பல அனாதை இல்லங்களுக்கு

அடைமொழியாகிப் போனது

அன்பிருந்தால் அனாதை இல்லை

இதை அகிலம் விரைவில் அறியும்

காலத்தால் கரம்பிடித்தவர்களும்

காதலால் கரம்பிடித்தவர்களும்

கடைசியில் நிற்பது

காவல் நிலையம் தானே- (அன்பு எங்கே)

கால் சறுக்கும் போது கைக்கொடுக்கும் தோழன்

கண்ணீர் துடைக்கும் காதலிகட்டிலில்

மட்டும் அல்ல கல்லறையிலும்

முத்தமிடும் மனைவி என

எங்கும் அன்பு இருக்க அன்பையும்

அமைதியையும் தேடி அலைவது வீண்.

Subash Bose

தோழியின் அன்பு

ஆண் தோழர்கள் பலர் இருப்பினும்,
ஒரு தோழியின் அன்பிற்கு ஈடாகுமோ!
தனக்கெனில் யோசிக்கும் அவள்,
எனக்கெனில் எதையும் செய்வாள்.
காரணமற்ற சண்டை அதிகம் நிகழும்,
பிரிவதற்கு அல்ல!
அதிகம் பிரியம் கொள்வதற்கு!
காதல் கூட கடந்து போகலாம்!
ஆனால் என்னை அவளால் கடக்க இயலாது.
பிறரிடத்தில் விட்டுக்கொடுக்காதவள் அன்னையே,
அன்பில் அவளும் ஒரு அன்னையே.
காலங்கள் மாறினாலும்!
எங்களின் அன்பு மாறாது.

Raj

நடைப்பாதை உலகம்

நிரம்பி வழியும் நெருக்கடி நிறை சாலைவழி,
நிதம் நடக்கும் பயணிகள் நாங்கள்,
பாதையின் நீள அகலம் அளவிடுவதில்லை!
அன்பின் தேடல்களுக்கும் அவசியம் இருப்பதில்லை!
அந்த நடைப்பாதை உணவகம் நடத்தும்
பெயரறியா பெரிய அக்கா கருணை காலி
சட்டைப் பையோடு கடப்போரிடமும் குறைவதில்லை!
மாறா நிலை ஏதுமில்லை
உலகில் என்போருக்கு சொல்லுங்கள்,
நிலை மாறி நடைப்பாதையில் தடுமாறி நிற்கும் போதும்
அந்த முதியவரின் பேரன்பில் ஒரு குறையுமில்லை,
ஒருபோதும் இங்கு அன்பின் வழியில்
மாற்றங்கள் ஏதும் இருப்பதில்லை!
வாருங்களேன் காலார ஓர் நடைப் போட்டு வருவோம்
இல்லை இல்லை எங்கள் நடைப்பாதை உலகில்
நுழைந்து ஓர் உலா போய் வருவோம்!

புதியவன் ரவி ராகுல்

நட்பே அன்பின் சாயல்

அந்நியனாய் சந்தித்தோம்

நண்பர்களாய் இணைந்தோம்

பிரிக்க இயலா உறவாய்

நட்பின் உயரம் சென்றோம்

பெண் ஒருத்தி வந்தாலே

உடைமைக் கொண்டு பிரிந்தோமே

கருத்துக்கள் பல மாறின

தூரங்கள் பல நீண்டன

ஆனாலும் கொண்ட நட்பு மறையலையே!

பாவை ஒரு மாயை

என்று பின்னர் உணர்ந்தோமே!

செய்தத் தவறை புரிந்தோமே!

இன்றும் வேதனை கொஞ்சம் இருந்தாலும்

அகத்தை மறைத்து முகத்தால்

மீண்டும் இணைந்தோமே!

Infant Nesan J

பேரன்பு அவளின் மீது!

முகமேதும் காணும் முன்பே...
அகமெங்கும் இடம் அளித்தாய்!
தடுமாறி விழுந்த போதும்...
தடம் மாறா வாழ்வளித்தாய்!
தோல்வியால் நான் துவண்ட போதும்...
தோழியாய்த் தோள் கொடுத்தாய்!
தனிமை என்னைத் துரத்தும் போதும்....
இனிமையான உன் நேரம் கொடுத்தாய்!
சத்தமற்ற இந்த பேதையின் வாழ்வில்...
அர்த்தமொன்றை அளித்த உனக்கு...
நித்தமும் தந்திடுவேன்...
என் மொத்தமான...
பேரன்பை!

அன்புடன் ஸ்ரீ

பேரன்பு

இருளாக இருக்கும் இதயத்தில்,

இன்ப ஒளி ஏற்றும் தருணத்தில்

இல்லாதவர்க்கும் எளிதில் கிட்டும்

விலையில்லா செல்வம் அன்பு...

கருமேகமாய் விழி ஓரமாய்,

இருவிழி மழைத்தூவும் நேரத்தில்,

தமிழ் அமிழ்தம் தவழும் இதழால்

ஆறுதல் கூறுவது ஓரன்பு...

சூது நிறைந்த இவ்வுலகத்தில்

சுற்றித் திரியும் பருவத்தில்...

குடும்ப பொறுப்பை ஏற்று சுமக்கும்

இளைஞன் கொண்டது பேரன்பு...

கானல் நீராய் காணும் கலியுகத்தில்

மனிதம் வளர அனைவரிடமும்

அன்பு மலர வேண்டும்...

மு.வசந்தகுமார்.*B.Sc, B.Ed.,*

மருதக்காதல்

பாலை நில வறண்ட காற்றின் ஓரம்,

மருதத்தின் ஈரம் வந்ததடி,

என் பாலை நெஞ்சில் என்னவளின்,

மருதக்காதல் விளைந்த போது,

கல் நெஞ்சமும் கரைக்கப்பட்டதோ?

என்னவளின் பார்வைப்பட்டு,

இரும்பு இதயமும் இளகப்பட்டதோ?

எண்ணவளின் இச்சை வந்து,

மருதநிலத்தின் பரிவு நீளுமா? இல்லை,

பிரிவு என்ற ஒன்றால் அகலுமா?

என்றும் உன் மருதக்காதலோடு

லோ.அரிஷ்

மறந்து போன அன்பு

துவண்டு போன என் வாழ்வில்

துணையாக வந்தாய்,

உயிரற்ற என் சிரிப்பில்

உயிர் நாடியாக வந்தாய்,

துடிக்க மறந்த என் இதயத்தை துடிக்க

இரத்த நாளங்களாய் வந்தாய்,

என் கண்ணீரைத் துடைக்க கைகளாக வந்தாய்,

நிழலற்று இருந்தேன்

நிழலாக வாழ்வில் என் பின்னால் வந்தாய்,

ஒளி அற்று இருந்தேன்

நட்சத்திரமாக வந்தாய்,

அன்பு மறுக்கப்பட்ட இடத்தில்,

அன்பு கொடுக்க தாயாக வந்தாய்..

காஞ்சி ர.தங்கராஜி

மனதில் சுமக்கிறேன்

தொட்டியலிட்டு தாலாட்டியவர்கள்,

தொப்புள் கொடியை குத்திச் சென்றார்கள்...!

தோல் கொடுத்த தோழமைகளும்,

தோல்வியாளன் என தட்டிவிட்டுச் சென்றார்கள்...!

தேடலில் என் வாழ்வு,

தேவையான பாதையில் செல்கிறது...!

தேர்வாளனாக நானும்,

தேர்வுத் தாள்களை நிரப்பியே செல்கிறேன்...!

தேடிவந்த அனைவரையும் - என்

தேகத்தில் சுமந்து செல்கிறேன்...!

தட்டி விட்ட அனைவரையும் - என்

மனதுடன் சுமந்து செல்கிறேன்...!

முற்றுப்பெறும் வாழ்க்கையில்,

அன்பிழந்தவனாக நானும்,

கையூட்டு பெறுகிறேன்...!

அப்சல் அகமது

மானங்கெட்ட மனசு

குழந்தைப் பருவமதில் குழப்பங்கள் சூழ
    தாயின் அணைப்பினைத் தேடி..
திருவிழா கூட்டமதில் தொலைந்துவிட்டோமென
    தந்தையின் கைகளைத் தேடி..
பாடம் பயிலுகையில் திக்கித் திணரும்போது
    சகோதரி அவள் மொழிகளைத் தேடி..
கவலைகள் மறக்கச் செய்து
    வஞ்சமில்லாமல் வஞ்சிக்கும்
தோழனவன் தோள்களைத் தேடி..
கண்களில் காதல் ஊட்டி, நெஞ்சமதில் நம்பிக்கையூட்டிய
    கள்ளியவள் காதலைத் தேடி...
தேடித் தேடி தேடலின் அருவமாய்
    அன்பை உணர்ந்து, உணர்ந்தது மட்டும்தானே தவிர
உணர்த்தப்படவில்லை இருந்தும் தேடுகிறது
    இந்த மானங்கெட்ட மனசு!
இன்னமும் தேடிக்கொண்டுதானிருக்கிறேன்
    எனக்குள் எனக்கான சுய அன்பை..!
கிடைக்கப்பெறுவேனா?

Magizhini

வேறென்ன வேண்டும்

சில காரணங்களால்

விலகிச் சென்ற உறவு

முன்போலவே

உரிமைக் கொள்ளுமா?

என்றெண்ணி

தயங்கி நிற்கையில்,

எவ்வித மாற்றமும் இன்றி

முன்போலவே

அன்பையும்

உரிமையையும்

வாரி இறைத்திடும் போது....

வேறென்ன வேண்டும்...?

மகிழ்

வேற்றுமை இல்லா அன்பு

சுயநலம் இல்லா அன்பே!

அகிலத்தை ஆள வல்லது.

பொதுநலம் கொண்ட அன்பே

சுயநலம் கொல்லும் மருந்து.

வானும் மழையும் கொண்ட அன்பு

பூமியைத் தழைக்கச் செய்யும்.

தலைவனும் தலைவியும் கொள்ளும் அன்பு

வாழ்வை வளரச்செய்யும்.

தந்தையும் மகளும் கொள்ளும் அன்பு

கடலும்அலையும்போல் ஓய்வில்லாதது.

தந்தையும் மகனும் கொள்ளும் அன்பு

கடலும் கரையைப்போல் எதிர்பார்ப்பற்றது.

மானைவிரட்டும் சிங்கத்தின் அன்பு மானுக்குத்தேவை.

தேனைத் தேடும் தேனியின் அன்பு தேனுக்குத்தேவை.

அன்பை அடைக்க தாழ்ப்பால் இல்லையாம்,

ஆனால் அன்பை அரவணைக்க

இருகரங்கள் போதும்

புதுமனங்கள் போதும்.

வார்த்தைகள் வாட்டும் இதயக்கீறலை

அன்பின் மயிற்பீழியால் ஆற்றிடலாம்.

நோயின் தீர்வு ஊசியில் இல்லை

மனித அன்பு மருந்தில் மறைந்தது நம்புங்கள்

தாயின் அன்பு சுமக்கும் வரை அல்ல

தந்தையின் அன்பு வளர்க்கும்வரை அல்ல

பிள்ளைகளின் அன்பு முதியோர் இல்லத்தில்

சேர்க்கும் வரை அல்ல

வாழ்வில் வளங்கள் பெருகும் வரை

வளத்தின் மகிமை புரியும் வரை

வாழ்வின் சுமைகள் சுருங்கும் வரை

மனித மனங்கள் மகிழும் வரை.

அன்பே அறம்;

அன்பே பலம் அன்பே சர்வ சகலம்!

மு.விஜி

78